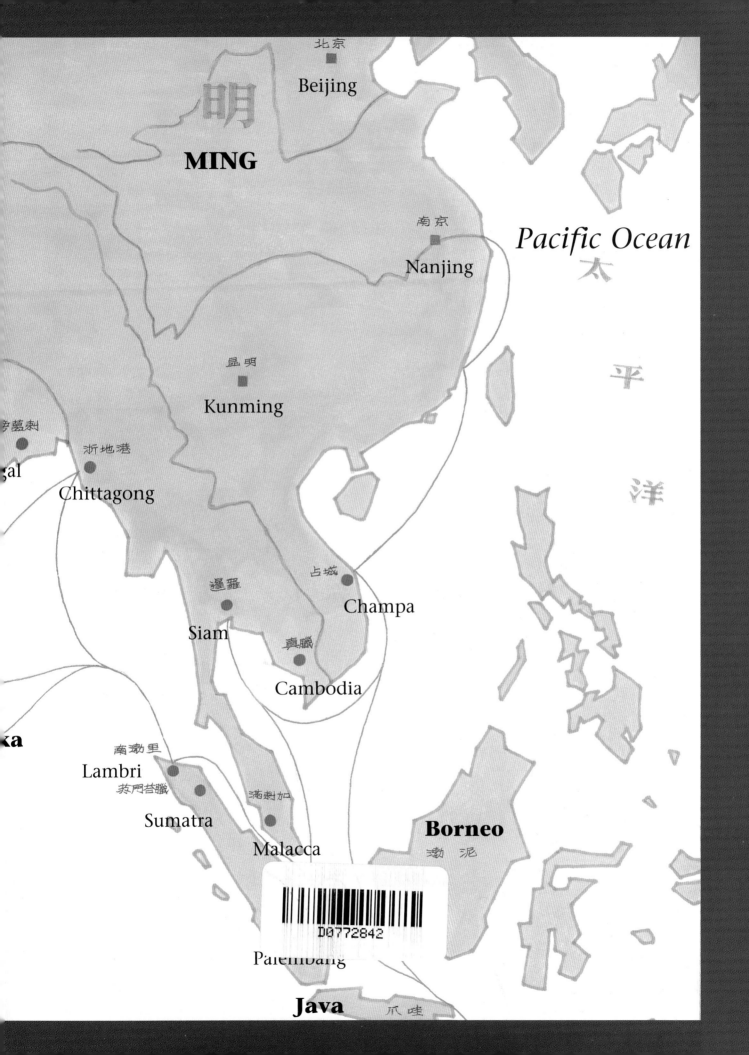

忽魯謨斯回古里國過洋牽星圖

忽魯謨斯回來沙姑馬開洋看北辰星十一指看東邊織女星七

指為母看西南布司星八指平丁得把昔看北辰星七指看東邊

織女星七指為母看西北布司星八指

沙姑馬山開洋
看北辰星十一
指平水

丁得把昔過洋
看北辰星七指
平水

北辰星十一指平水

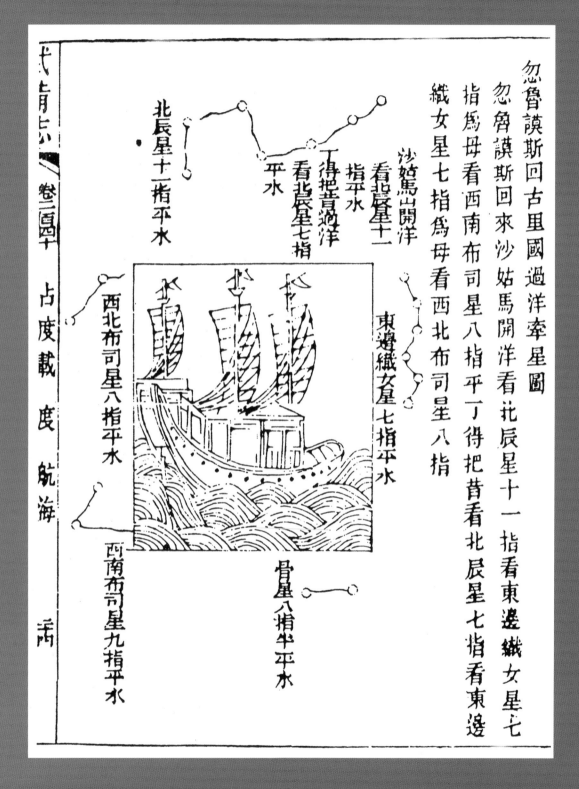

西北布司星八指平水

西南布司星九指平水

東邊織女星七指平水

骨星八指半平水

The Great Voyages
OF
Zheng He

Hải Hành Phi Thường của Trịnh Hòa

Illustrations copyright © 2005 by Song Nan Zhang
English text copyright © 2005 by Song Nan Zhang & Hao Yu Zhang
Vietnamese translation by Kim-Thu Do, copyright © 2005 Pan Asian Publications

All rights reserved. No part of this book may be reproduced, stored in a data retrieval system, or transmitted in any form or by any means including photocopying, electronic or mechanical rendering, or recording, without prior written permission from the publisher.

Published in the United States of America by
Pan Asian Publications (USA) Inc.
29564 Union City Boulevard, Union City, CA 94587
Tel. (510) 475-1185 Fax (510) 475-1489

Published in Canada by
Pan Asian Publications Inc.
110 Silver Star Boulevard, Unit 109
Scarborough, Ontario M1V 5A2

ISBN 1-57227-091-8
Library of Congress Control Number: 2005924228

Book design and layout by Lorna Mulligan
Art reproduction and transparencies by Michel Filion Photography

Printed in Taiwan

The Great Voyages
OF
Zheng He

Hải Hành Phi Thường của Trịnh Hòa

Text by Song Nan Zhang & Hao Yu Zhang
Illustrated by Song Nan Zhang
Vietnamese translation by Kim-Thu Do
English/Vietnamese

Pan Asian Publications

IT WAS THE BEGINNING of the monsoon season nearly 600 years ago in southern China, and the frequent northeastern winds were ideal for sailing. At the mouth of the Yangtze River, the biggest naval fleet the world had ever seen was ready to launch an epic voyage. With hundreds of ships, some measuring over 400 feet long, this magnificent Chinese armada set sail from the Pacific Ocean toward the Indian Ocean.

In addition to senior Ming dynasty dignitaries, on board the ships were numerous technicians, navigators, doctors, meteorologists, chefs, support crews, and more than 20,000 sailors. The first stop was to be along the coastline of Southeast Asia.

At the core of the fleet were 62 "treasure" ships, escorted by 225 freight and combat junks, loaded with the finest silks, brocades, teas, porcelains, arts, and special merchandise. The freight ships carried everything from food, water, and medicines to weapons and ammunitions.

Under the command of Imperial Admiral *Zheng He*, the impressive maritime parade showcased China's daring exploration, national wealth, and military might in the 15th century.

This is the story of *Zheng He*, the commander of the fleet.

Vào đầu mùa mưa khoảng 600 năm trước tại miền nam Trung Quốc, gió mùa đông bắc thật thuận lợi cho việc giương buồm ra khơi. Tại cửa khẩu sông Dương Tử, một đoàn hải thuyền vĩ đại thế giới chưa hề mục kích sẵn sàng hạ thủy thực hiện cuộc hải hành lịch sử. Với hàng trăm thuyền, có chiếc dài hơn 130 mét, hạm đội khổng lồ Trung Quốc dong buồm đi từ Thái Bình Dương sang Ấn Độ Dương.

Ngoài chức sắc cao cấp của vương triều nhà Minh, trên thuyền còn có nhiều chuyên viên, hoa tiêu, y sĩ, chuyên gia khí tượng, hỏa đầu quân, nhân viên tiếp liệu và hơn hai mươi ngàn thủy thủ. Trạm dừng chân đầu tiên sẽ nằm dọc bờ biển đông nam châu Á.

Trung tâm của hạm đội là 62 "báu thuyền" chở đầy tơ lụa, gấm vóc, trà, đồ sứ, họa phẩm và hàng hóa đặc biệt, có 225 thuyền chuyển vận và thuyền chiến đấu bảo vệ. Thuyền chuyển vận chở tất cả các thứ từ thực phẩm, nước, thuốc men đến vũ khí đạn dược.

Dưới quyền chỉ huy của Hoàng Triều Đô Đốc Tướng Quân Trịnh Hòa, chuyến hải hành hùng vĩ biểu dương tinh thần bành trướng liều lĩnh, mức độ cường thịnh vật chất và sức mạnh quân sự của Trung Quốc ở thế kỷ XV.

Đây là câu chuyện về Trịnh Hòa, người chỉ huy hạm đội.

ZHENG HE WAS ONE OF six children born to devout Muslim parents living in Kunming, Yunnan, in 1371. As a young boy he was told that his ancestors had originated from the Kingdom of Bukhara. During the Yuan dynasty his great-great-great grand-father had fought alongside the Mongol ruler, Genghis Khan, and was awarded the honorable governorship of the province of Yunnan. There, the family gradually settled and flourished in the capital city of Kunming. The Chinese surname of *Ma*, which is short for Mohammad, was adopted and *Zheng He* was born as *Ma He*.

In his growing years, *Ma He* was fascinated by his father's pilgrimage to the holy land of Mecca, and dreamed about the day when he would be able to follow his footsteps. *Ma He* was taught in Chinese and Arabic and was well read in the literature of both cultures. The adventures of the Arabian folk hero, Sinbad, were among his favorite stories and they inspired a powerful sense of curiosity and imagination in him.

Trịnh Hòa là một trong sáu người con, song thân người Hồi giáo mộ đạo, sống tại thành phố Côn Minh, tỉnh Vân Nam, sinh năm 1371. Lúc còn nhỏ ông được nghe kể tổ tiên xuất xứ tại Vương Quốc Bukhara. Trong thời nhà Nguyên, nội tổ ba đời đã kề vai sát cánh chiến đấu với Thành Cát Tư Hãn, người trị vì Mông Cổ, và được ban thưởng làm Thái Thú tỉnh Vân Nam. Tới đó định cư dần dần gia đình làm ăn phát đạt trong thủ phủ Côn Minh. Họ Mã, theo Hoa văn, viết tắt từ chữ Mohammad, được chọn và Trịnh Hòa được gọi là Mã Hòa.

Thuở thiếu thời, mê say nghe kể cuộc hành hương thánh địa Mecca của thân phụ, Mã Hòa luôn luôn mơ ước đến ngày mình có thể nối bước cha. Mã Hòa được dạy cả Hoa ngữ lẫn tiếng Ả Rập và thông thạo văn chương của cả hai nền văn hóa. Phiêu lưu của Sinbad, nhân vật huyền thoại Ả Rập, là một trong số truyện ông thích nhất, những phiêu lưu đó đã gieo mầm gợi cảm hứng trong đầu óc ưa tìm tòi và tưởng tượng phong phú nơi ông.

IN 1381 AT THE AGE OF TEN, *Ma He*'s world was turned upside down.

After years of civil war, the once dominant Mongol power of Yuan collapsed under continual Chinese peasant uprisings. The next year, the new power of Ming invaded *Ma He*'s hometown, executed the adults, and kidnapped the youngsters from prominent families. *Ma He* was brought to the palace and forced to serve as a eunuch.

Despite that horrid event, *Ma He* transformed his misfortune into courage. He was sent to Beijing and became the trusted attendant of Prince *Zhu Di*. *Ma He* distinguished himself as a diligent student in all subject areas and skills. He demonstrated loyalty and bravery toward his master, and soon proved himself to be *Zhu Di*'s indispensable right-hand man, thriving in military planning and strategies.

When *Ma He* turned 31 in 1402, *Zhu Di* defeated all of his rival siblings and became the new Emperor of Ming. In appreciation of *Ma He*'s faithful dedication to his master, Emperor *Zhu Di* granted him wealth, title, and a noble family name. *Ma He* became known as *Zheng He*.

Năm 1381 lúc mới mười tuổi, thế giới của Mã Hòa hoàn toàn đảo ngược.

Sau nhiều năm nội chiến, nền thống trị một thời lừng lẫy của người Mông Cổ nhà Nguyên sụp đổ do nông dân Trung Quốc liên tục nổi dậy. Năm sau đó, thế lực mới của nhà Minh xâm lấn quê hương Mã Hòa, sát hại người lớn và bắt cóc trẻ con thuộc gia đình quyền quý. Mã Hòa bị mang đến hoàng cung và buộc phải làm hoạn quan.

Không màng sự kiện khủng khiếp này, Mã Hòa biến bất hạnh thành quả cảm. Ông được gửi đến Bắc Kinh và trở thành người hầu cận thân tín của Hoàng Tử Chu Lệ. Mã Hòa chứng tỏ mình là học sinh siêng năng trong mọi môn học và khả năng thể lực. Ông phô bày lòng trung thành và sự dũng cảm đối với vương chủ, không bao lâu trở thành cánh tay mặt cần thiết của Chu Lệ, đặc biệt về mặt hoạch định và chiến lược quân sự.

Năm 1402 khi Mã Hòa 31 tuổi, Chu Lệ đánh bại tất cả huynh đệ địch thủ và trở thành tân hoàng đế nhà Minh. Để tưởng thưởng lòng trung thành tận tụy của Mã Hòa đối với vương chủ, Hoàng Đế Chu Lệ ban cho ông của cải, chức tước và tên họ quyền quý. Mã Hòa từ đó trở thành Trịnh Hòa.

BEING THE THIRD EMPEROR of the Ming dynasty, *Zhu Di* was a capable and ambitious administrator. He visualized Ming as an empire more powerful and more prosperous than his predecessors in the Han and the Tang dynasties. He engaged himself in major reconstruction projects in the country. By strengthening the Great Wall, building the Grand Canal, stimulating the economy, and fending off the Mongol remnants, *Zhu Di* slowly but surely energized China into a political superpower.

All of that was not enough. The new Ming emperor tried to legitimize his reign by gaining recognition from the outside world. To entice foreign countries to pay tribute to the new China, *Zhu Di* officiated over the building of the largest navy in the world to carry out his ambition.

Knowledgeable in warfare and diplomacy along with being cultured in the arts and religion, *Zheng He,* being a man of integrity, was the perfect choice to lead such a massive nautical undertaking. When he took on the challenge and set out for his first voyage, *Zheng He* was only 32 years of age.

Làm hoàng đế thứ ba của nhà Minh, Chu Lệ chứng tỏ mình là nhà cai trị tài ba và đầy tham vọng. Ông hình dung nhà Minh là đế chế hùng mạnh và thịnh vượng hơn hẳn hoàng đế tiền nhiệm thời nhà Hán và nhà Đường. Ông thân chinh tham dự kế hoạch tái kiến thiết xứ sở. Qua việc củng cố Vạn Lý Trường Thành, thiết lập kênh đào Đại Hà, khuyến khích phát triển kinh tế và chống trả tàn dư Mông Cổ, Chu Lệ từng bước vững chắc đưa Trung Quốc lên hàng siêu cường chính trị.

Thế vẫn chưa đủ. Tân Hoàng Đế nhà Minh cố hợp thức hóa ngôi vị của mình bằng cách làm cho thế giới bên ngoài công nhận. Để khuyến khích ngoại quốc dâng cống phẩm cho tân Trung Quốc, Chu Lệ đứng ra chỉ đạo việc thành lập hải quân lớn nhất thế giới hòng thực hiện tham vọng của mình.

Thông thạo cả quân sự lẫn ngoại giao, đồng thời uyên bác về văn học và tôn giáo, là người chính trực, Trịnh Hòa đương nhiên được chọn để lãnh đạo công trình hàng hải lớn lao. Khi bắt tay đương đầu với thử thách và thực hiện hải hành đầu tiên, Trịnh Hòa mới 32 tuổi.

N O ONE KNEW BETTER than *Zheng He* the scope of this seafaring operation. It took him more than two years to get ready. With the authority given to him, *Zheng He* was able to summon the manpower and the resources necessary to form a naval force that superseded all others in recorded history.

The centerpiece of this advanced fleet was a group of 62 treasure ships that transported goods for trading purposes. A typical treasure ship measured up to 138 meters (453 feet) long and 56 meters (184 feet) wide. It had up to nine masts with 12 sails and could carry 1,500 tons of cargo. In addition to small boats that fostered communications among the ships, surrounding the cargo ships were battle ships to mobilize the sailors, supply ships to house animals and maintenance needs, and food and water ships to accommodate daily food supplies.

Trịnh Hòa hiểu rõ hơn ai hết quy mô của chiến dịch hàng hải này. Ông phải mất hơn hai năm để chuẩn bị. Với quyền hạn được giao phó, Trịnh Hòa có thể tập trung nhân lực và tài nguyên cần thiết để thiết lập lực lượng hải quân vượt xa lực lượng khác từng thấy trong lịch sử.

Lực lượng chủ yếu của hạm đội tiến bộ là đoàn 62 báu thuyền chuyên chở hàng hóa với mục đích thương mại. Báu thuyền điển hình có chiều dài 138 mét (453 bộ Anh), chiều ngang 56 mét (184 bộ Anh). Thuyền có tới chín cột buồm với 12 lá buồm và trọng tải 1500 tấn. Cùng với nhiều thuyền nhỏ dùng vào việc thông tin giữa các thuyền, bao quanh thuyền hàng hóa còn có chiến thuyền điều hành thủy thủ, thuyền tiếp liệu chở súc vật và vật liệu bảo trì, và thuyền thực phẩm, nước uống cung cấp thức ăn hàng ngày.

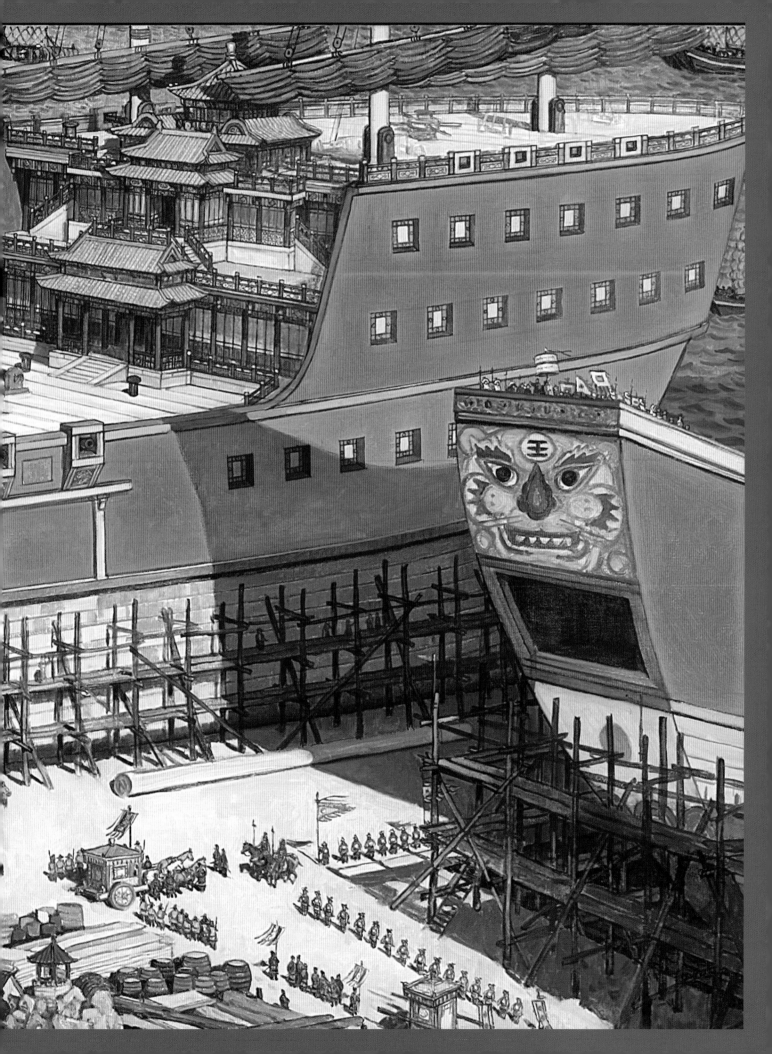

AT FIRST *ZHENG HE* took short journeys to Japan and Thailand to test run his program and train his sailors. Equipped with improved compasses, newly fashioned maps, and a fledgling knowledge of astronomy, *Zheng He*'s premier team of navigation experts were believed to be among the first in the world to sail far into the ocean and come back safely.

The ability to reliably calculate a ship's movement and direction on the vast ocean surface set the Chinese navy apart and above others in the world. The ships could chart and follow a predetermined route into the sea instead of trailing along the coastlines where there was the constant danger of capsizing or being shipwrecked.

Now, *Zheng He* was truly ready.

Khởi đầu Trịnh Hòa thực hiện các chuyến du hành ngắn đến Nhật Bản và Thái Lan để khảo nghiệm chương trình của mình và huấn luyện thủy thủ. Với trang bị la bàn cải thiện, bản đồ tân tiến và kiến thức non nớt về thiên văn học, nhóm chuyên gia hàng hải đầu tiên của Trịnh Hòa được kể như những người đầu tiên trên thế giới đã vượt đại dương và trở về an toàn.

Khả năng tính toán chính xác sự chuyển động cộng với cách định hướng con thuyền trên biển cả mênh mông đã đặt hải quân Trung Quốc khác hẳn và vượt xa nước khác trên thế giới. Những thuyền này có thể vẽ đồ biểu, đi theo hải trình đã định ra ngoài đại dương thay vì chỉ men theo bờ biển, nơi thường xuyên có nguy cơ bị lật hoặc đắm thuyền.

Lúc này Trịnh Hòa thật sự sẵn sàng.

IN HIS FIRST VOYAGE in 1405, *Zheng He* dropped anchor in Champa (Vietnam), Java, Sumatra, Malacca, Ceylon (Sri Lanka), and even the ancient port of Calicut, India. He reached out to the people and the governments everywhere he visited. It was an understatement to describe the reaction of the people to the riches and sophistication of the Ming fleet as astonishing. As a result, the rulers of every country yearned to establish diplomatic relations with China.

Calicut, already a busy commercial port along the Indian Ocean, welcomed the sudden surge of excitement brought on by *Zheng He* and his vessels. The streets and markets were crowded with merchants from as far away as Europe and Arabia. The leader of the city, Shah Le Miti, eagerly saluted *Zheng He* and his entourage. In exchange for his goodwill, *Zheng He* gifted the Shah lavishly with an array of treasures, and he made a record-breaking business transaction with the people of Calicut that shocked this part of the world at that time.

Today, in the center of Calicut stands an epitaph written in Chinese chronicling that historic event.

Trong chuyến hải hành đầu tiên thực hiện năm 1405, Trịnh Hòa đã thả neo ở Vương Quốc Chàm (nay là Việt Nam), Java, Sumatra, Malacca, Tích Lan và cả hải cảng cổ kính Calicut, Ấn Độ. Ông tiếp xúc với dân chúng và chính quyền bất kể nơi nào ông đặt chân tới. Miêu tả dân chúng tỏ ra ngỡ ngàng trước thực trạng đồ sộ và tinh vi của hạm đội nhà Minh là chưa đầy đủ. Kết quả là nguyên thủ các quốc gia đều muốn thiết lập bang giao với Trung Quốc.

Calicut, vốn là hải cảng thương mại sầm uất dọc theo Ấn Độ Dương, hân hoan đón nhận không khí tưng bừng như sóng triều bất chợt do Trịnh Hòa và đoàn thuyền của ông mang tới. Đường phố và chợ búa tràn ngập thương gia từ nơi xa xôi như Âu Châu và Ả Rập. Vị lãnh đạo thành phố, Vua Le Miti, hồ hởi chào đón Trịnh Hòa và đoàn tùy tùng. Đáp lại, để bày tỏ thiện chí, Trịnh Hòa dâng tặng rất nhiều kỳ trân dị bảo và ông đã thực hiện cuộc mậu dịch thương mại kỷ lục với dân chúng Calicut, khiến vùng đất này vào thời đó vô cùng ngạc nhiên.

Hiện nay, tấm bia viết bằng Hoa văn thuật lại sự kiện lịch sử ấy vẫn dựng tại trung tâm thành phố Calicut.

On THE WAY HOME, *Zheng He* and his ships docked in Palembang, southeast of Sumatra on the western end of the Straight of Malacca. This area was a popular passage for commercial and private ships; and consequently, a constant temptation to the preying pirates.

Zheng He's fleet did not escape the attention of one such pirate, *Chen Zuyi*, also a Chinese. As a disguise, *Chen Zuyi* and his men surrendered to the dominion of Ming, and secretly plotted an ambush to take control. He was, however, exposed and his plans failed. In a well documented, sweeping sea battle, the pirate ships were wiped out while *Chen Zuyi* was captured, and his cohorts killed.

Zheng He's success in restoring sea safety earned him widespread reputation in the region. By 1407, nearly two years after they left China, the fleet arrived home. Emperor *Zhu Di* was so overjoyed in receiving grateful foreign diplomats and emissaries that he generously rewarded each and every participant in the voyage. After a brief layover and a hectic ship maintenance schedule, *Zheng He* took on new missions and embarked on his next voyage.

Trên đường hồi hương, Trịnh Hòa và hạm đội dừng lại ở Palembang, đông nam Sumatra nằm bên tả ngạn eo biển Malacca. Khu vực này là hành lang lưu thông của tàu bè thương mại và thuyền buôn tư nhân, vì thế trở thành mối thu hút thường trực đối với hải tặc luôn luôn để ý rình mò.

Hạm đội của Trịnh Hòa không thoát khỏi sự chú ý của hải tặc Trần Tổ Nghi, cũng là người Trung Quốc. Trần Tổ Nghi và bộ hạ giả vờ đầu hàng nhà Minh, và ngấm ngầm tổ chức trận phục kích để dành quyền kiểm soát. Tuy nhiên, hắn bị bại lộ và kế hoạch thất bại. Trong trận hải chiến thần tốc, tài liệu dẫn chứng đầy đủ, thuyền hải tặc bị phá hủy hoàn toàn, Trần Tổ Nghi bị bắt và đồng bọn bị tiêu diệt.

Sự thành công trong việc tái lập an ninh trên biển đem lại cho Trịnh Hòa danh tiếng khắp vùng. Năm 1407, gần hai năm sau khi rời Trung Quốc, hạm đội trở về quê hương. Hoàng Đế Chu Lệ hoan hỷ tiếp đón đại sứ và sứ thần ngoại giao cùng thái độ cảm kích của họ, nhà vua ban thưởng hậu hỷ cho từng người và tất cả những ai đã tham gia chuyến hải hành. Sau thời gian ngắn tạm dừng chân, với thời biểu sửa chữa gấp rút, nhận nhiệm vụ mới, Trịnh Hòa bắt tay thực hiện cuộc hải hành kế tiếp.

ACCOMPANIED BY ACADEMIA and scholars on each of *Zheng He*'s voyages, there was no shortage of cultural exchange with the groups of people they encountered. *Zheng He* faithfully kept track of the details of the people and places, their geography and history, their belief systems and customs. These records proved to be valuable and essential in the future study of cultural anthropology.

The meteorologists and navigators on board contributed to collecting data on climate changes and weather patterns, mapping shallow spots, and charting unknown waters. All in all, this first-hand and comprehensive navigation program became one of the proud legacies of China.

Zheng He also developed a keen interest in the plants and animals from the exotic lands. He ordered them to be carefully gathered and cataloged for various occasions and purposes. Some of these unusual natural resources, such as bird nests from Borneo and aloeswood from Malacca, had been so well adopted by the Chinese that they became national delights.

Nhờ có trí thức và nho sĩ tháp tùng trong mỗi chuyến đi nên thường xuyên có trao đổi văn hóa với dân chúng nơi họ tiếp xúc. Để nhớ cho rõ, Trịnh Hòa luôn luôn ghi lại chi tiết về thổ dân, nơi chốn, địa lý, lịch sử, tín ngưỡng và phong tục của họ. Tài liệu ghi chú được xem là quý giá và cần thiết đối với tương lai trong công cuộc nghiên cứu nhân chủng văn hóa học.

Các nhà chuyên gia khí tượng và hoa tiêu hàng hải trên thuyền đã đóng góp đáng kể vào việc thu thập tài liệu về thay đổi khí hậu và qui trình thời tiết, vẽ đồ thị chỗ biển nông và biểu đồ hải phận vô danh. Nhìn toàn diện, chương trình hải hành thực tiễn và bao quát đã trở thành một trong những di sản hãnh diện của Trung Quốc.

Trịnh Hòa cũng phát huy tinh thần hiếu học về thực vật và động vật từ các vùng đất lạ. Ông ra lệnh thu thập và xếp loại cẩn thận theo trường hợp và mục đích khác nhau. Một số tài nguyên thiên nhiên lạ, như tổ chim ở Borneo và gỗ trầm hương ở Malacca, được dân Trung Quốc tiếp nhận và trở thành món hàng toàn quốc ưa chuộng.

THE KING OF CEYLON was the only foreign ruler that challenged the Ming fleet. He not only delayed his meeting with *Zheng He,* he even staged raids against the whole fleet. Ceylon was strategically located between China and the Arabic and African countries. It was once the holy place of Buddha where believers paid their homage.

On each of his voyages, *Zheng He* would worship at the Buddhist temples in Ceylon and make generous offerings to the monks. Yet, his good wishes fell on deaf ears. On *Zheng He's* third visit, the King of Ceylon refused to reciprocate. He dispatched soldiers to attack the fleet while *Zheng He* was trapped and isolated. The experienced admiral did not panic. Instead, he fought straight to the palace and captured the chieftain and his family in a special operation. After that, the King of Ceylon accepted a treaty to pay tribute to China.

Vua nước Tích Lan là nguyên thủ ngoại quốc duy nhất có thái độ thách thức hạm đội nhà Minh. Ông không những trì hoãn buổi diện kiến với Trịnh Hòa, mà còn tổ chức nhiều cuộc đột kích vào hạm đội. Tích Lan nằm ở vị trí chiến lược giữa Trung Quốc với các nước Ả Rập và Phi Châu. Đây vốn là thánh địa của Đức Phật, nơi tín đồ đến bày tỏ lòng tôn kính.

Trong mỗi chuyến viễn du, Trịnh Hòa thường tổ chức lễ bái tại các Phật tự ở Tích Lan và cúng dường hậu hỷ các tăng sĩ. Tuy vậy, hảo ý của ông không được hồi âm. Trong chuyến viếng thăm thứ ba của Trịnh Hòa, vua Tích Lan từ chối đáp ứng thỉnh cầu. Ông sai binh lính đến tấn công hạm đội trong lúc Trịnh Hòa bị cô lập. Vị Đô Đốc Hải Quân giàu kinh nghiệm không hề nao núng. Thay vì vậy, trong chiến dịch đặc biệt, ông tấn công thẳng vào hoàng cung, bắt giữ nhà vua cùng hoàng gia. Sau đó, vua Tích Lan chấp nhận hiệp ước triều cống Trung Quốc.

THE POLITICAL STABILITY between China and Ceylon exemplified the role *Zheng He* and his men played on the oceans. Peace was often restored and trade routes secured for all. On the fourth voyage, the fleet was finally able to reach its long-awaited destination of Arabia.

Similar to the Chinese, the Arabs enjoyed a rich tradition of culture, commerce, and marine history. It was a tremendous privilege for *Zheng He* to personally share his family heritage and religious beliefs with the people whom he had pictured in his mind to meet all these years. Naturally, he was warmly received at every port of call.

Not unlike other journeys, *Zheng He* successfully traded with local merchants. The Strait of Hormuz, the hub of international trade by the Persian Gulf, was one of his favorite stops. *Zheng He* bartered countless Chinese goods for special items from Arabia and Africa. Among those inventoried were gems and stones, spices, rhino horns and ivory, pearls and rouges, stallions and daggers.

Tình trạng ổn định về mặt chính trị giữa Trung Quốc và Tích Lan giải thích cụ thể vai trò Trịnh Hòa và quân sĩ của ông đã đóng góp trên đại dương. Hòa bình được thiết lập và tuyến đường giao thương được bảo đảm cho mọi người. Trong chuyến hải hành thứ tư, cuối cùng hạm đội đã đặt chân đến Saudi Arabia, mục tiêu hằng mong đợi.

Giống người Trung Quốc, người Ả Rập thừa hưởng truyền thống phong phú về văn hóa, thương mại, và lịch sử hàng hải. Đây là ưu điểm đặc biệt cho Trịnh Hòa được đích thân chia xẻ di sản gia đình và tín ngưỡng tôn giáo với người mà từ lâu trong tâm trí ông đã tưởng tượng được gặp. Đương nhiên, ông được tiếp đón nồng hậu ở bất kỳ hải cảng nào ông đặt chân tới.

Cũng như những chuyến viễn du trước, Trịnh Hòa thành công trong việc trao đổi hàng hóa với thương gia địa phương. Eo biển Hormuz, trung tâm giao dịch quốc tế tại Vịnh Ba Tư, là một trong những nơi ông thích dừng chân. Trịnh Hòa trao đổi vô số hàng hóa Trung Quốc để lấy phẩm vật đặc biệt từ Ả Rập và Phi Châu. Trong số hàng liệt kê có châu báu, đá quý, hương liệu, sừng tê giác, ngà voi, ngọc trai, phấn sáp, ngựa giống và dao găm.

IN ORDER TO VISIT more areas, the fleet was divided into smaller groups and this facilitated more discoveries. Djofar, Aden, Mecca in Arabia; and Mogadishu, Brava, and Malindi in East Africa, just to name a few, were among the expeditions.

One of the gifts from the ruler of Malindi was a full-grown giraffe. Chinese equated the animal to *qilin*, the legendary creature that would appear only when a country was governed well and its people content. When the dark-skinned Africans paraded this *qilin* on Chinese soil, they became instant celebrities. People crowded along the main streets in the capital city just to catch a glimpse of the newcomers. Best of all, Emperor *Zhu Di* was whole-heartedly praised by his subjects, and his legitimacy was no longer questioned.

More unique animals were introduced to China during *Zheng He*'s fifth voyage. Emperor *Zhu Di* ordered the construction of an imperial garden to house all the extraordinary looking animals. This became the very first zoo in China.

Để có thể thăm viếng nhiều nơi, hạm đội phân chia thành nhóm nhỏ, nhờ vậy dễ thực hiện nhiều khám phá. Trong các cuộc viễn du thám hiểm có thể tạm kể vài nơi, tỉ như Djofar, Aden, Mecca ở Saudi Arabia; Mogadishu, Brava và Malindi ở đông Phi Châu.

Một trong số quà biếu của nhà lãnh đạo xứ Malindi là con hươu cao cổ lớn mạnh. Người Trung Quốc xem con thú này tương đương với kỳ lân, loài vật trong truyền thuyết chỉ xuất hiện khi đất nước thanh bình, dân cư an lạc. Khi người Phi Châu da đen đem con kỳ lân diễn hành trên đất Trung Quốc, họ lập tức nổi danh như cồn. Dân chúng chen chúc trên đại lộ trong kinh thành chỉ để thoáng nhìn các vị khách mới. Đặc biệt nhất là Hoàng Đế Chu Lệ được toàn dân thành tâm ngưỡng mộ, do vậy người ta không còn thắc mắc chuyện trị vì hợp pháp của ông.

Nhiều loài thú dị thường khác được du nhập vào Trung Quốc trong chuyến hải hành thứ năm của Trịnh Hòa. Hoàng Đế Chu Lệ truyền lệnh thiết lập ngự uyển để nuôi những con thú kỳ lạ này. Đó là sở thú đầu tiên của Trung Quốc.

ZHENG HE SET OFF on his sixth voyage in 1421. Part of the mission's objective was to escort foreign dignitaries on the return to their homelands. To efficiently accomplish this goal, *Zheng He* designated four different routes among the ships in order to make more than 30 stops. His team returned to China shortly after a year, but it took three more years before all the other ships returned.

At the height of navigational breakthroughs, favorable diplomacy, and growing international trade, Emperor *Zhu Di* passed away during a lingering war with the Mongols. His son took over the throne, and all of a sudden, China was left in political and economic chaos.

That event offered the opposing party a perfect opportunity to voice their concerns. Over the years, the extravagant operation of keeping an overwhelming fleet had cost the country dearly. The new emperor was persuaded to completely ban new voyages and related activities. *Zheng He* and his men were stripped of their jobs. The great ships, now considered frivolous, were left to rot at their moorings and the records of their journeys were destroyed. The true distances these Chinese ships had reached were forever lost.

Trịnh Hòa thực hiện cuộc viễn du thứ sáu năm 1421. Một mục tiêu chuyến đi là hộ tống phái đoàn sứ thần ngoại quốc hồi hương. Muốn hoàn tất mỹ mãn mục tiêu, Trịnh Hòa phân chia hạm đội theo bốn tuyến đường để có thể dừng ở hơn 30 chỗ khác nhau. Đoàn của ông trở về Trung Quốc khoảng năm sau, nhưng phải mất hơn ba năm tất cả thuyền mới về hết.

Trong lúc khai thông hàng hải lên cao độ, ngoại giao thuận lợi, mậu dịch quốc tế phát triển, cuộc chiến dằng dai với người Mông Cổ tiếp diễn, Hoàng Đế Chu Lệ băng hà. Con trai nhà vua lên ngôi kế vị, đột nhiên Trung Quốc lâm cảnh hỗn loạn chính trị và kinh tế.

Biến cố khiến phe phái đối lập có cơ hội bày tỏ lo ngại. Trải qua nhiều năm, chính sách phung phí để duy trì hạm đội khổng lồ làm đất nước kiệt quệ. Do lời đề nghị, tân hoàng đế hạ lệnh tuyệt đối cấm tổ chức viễn du và mọi hoạt động liên hệ. Trịnh Hòa và quân sĩ bị tước quyền. Những chiếc thuyền vĩ đại, nay xem là xa hoa, bị bỏ rơi cho rỉ sét tại bến tàu, và tất cả hồ sơ ghi lại các hải hành đều bị tiêu hủy. Khoảng cách thật sự do thuyền Trung Quốc đã vượt qua bị thất tung vĩnh viễn.

AFTER ONLY A FEW YEARS, *Zhu Di's* son became ill and his grandson came to power in 1431. Contrary to the popular self-imposed isolation ideal, the new emperor longed for the worldwide adoration and applause of the bygone years. He approached *Zheng He* to go out to sea for a seventh time.

Now in his 60s, *Zheng He* respectfully took on the responsibility of rebuilding the fleet. At the temple by the harbor where he would embark, *Zheng He* reverently sought protection from the spirits. Monuments were erected to recount his previous voyages in broad strokes. Fate would have it, however, that this would be the last of his expeditions.

On the returning leg of the campaign in 1433, *Zheng He* passed away at the age of 62, and his beloved sailors bid him a solemn farewell. There was no one before him or after him who had the knowledge or the skills to move China forward and outward into the world by sea. More than half a century later, Columbus "discovered" America, Vasco da Gama rounded the Cape of Good Hope, Magellan cruised around the globe, and all the accolade went to those European explorers.

Chỉ vài năm sau, con trai Chu Lệ lâm bạo bệnh, cháu nội nhà vua lên cầm quyền năm 1431. Trái với chủ trương thông thường là tự cô lập bản thân, tân hoàng đế ao ước đón nhận sùng kính và hoan nghênh từng có những năm về trước. Hoàng Đế vời Trịnh Hòa vào cung và truyền lệnh ra khơi lần thứ bảy.

Nay đã ngoài 60, Trịnh Hòa trân trọng nhận nhiệm vụ tái lập hạm đội. Trong ngôi chùa tại bến cảng ông thường ghé tàu, Trịnh Hòa cung kính cầu xin thần linh phù hộ độ trì. Nhiều tượng đài viết bằng đại tự được dựng để kể lại những chuyến viễn du trước kia của ông. Tuy nhiên, số phận đưa đẩy quyết định đây là chuyến viễn du cuối cùng.

Trên chặng đường trở về quê hương năm 1433, Trịnh Hòa qua đời lúc 62 tuổi. Để vĩnh biệt, thủy thủ đoàn thân yêu tổ chức lễ mai táng thật trọng thể. Trước hay sau ông, không ai có được kiến thức và tài nghệ thể đưa Trung Quốc tiến lên và tiến xa trên thế giới bằng đường biển. Hơn nửa thế kỷ sau, Kha Luân Bố mới "khám phá" ra châu Mỹ, Vasco da Gama đi vòng Mũi Hảo Vọng, Magellan du hành quanh địa cầu, và từ đó mọi ca ngợi tôn vinh đều dành cho các nhà thám hiểm Âu Châu ấy.

Bibliography

鄭和下西洋：1421中國發現世界 (日)上杉千年著 上海社會科學院出版社 2003年

中西文化交流史 p.302-309, 345-348 沈福偉著 上海人民出版社 1985年

鄭和 (上、下卷) 朱蘇進、陳敏莉著 江蘇文藝出版社 2003年

一個宦官的傳奇歷程 - 鄭和的一生 石山著 遠流出版社 2000年

海上第一人：鄭和 (上、下卷) 王佩云著 實學社 2003年

中國發現世界 (英)孟西士著 遠流出版社 2003年

傑出航海家鄭和 - 鄭和下西洋的歷史研究 陳水源著 晨星出版社 2000年

中華文明大博覽(下卷) p.1398-1399 廣東旅遊出版社 1997年

圖說中華五千年(下冊) p.215-217 三聯書店(香港)有限公司 1992年

China: Cambridge Illustrated History p.209-211 Cambridge University Press 1996

Ancient China (Eyewitness Books) p.60-61 Dorling Kindersley Ltd., 1994

忽魯謨斯回古里國過洋牽星圖

忽魯謨斯回來沙姑馬開洋看北辰星十一指看東邊織女星七
指為母看西南布司星八指平丁得把昔看北辰星七指看東邊
織女星七指為母看西北布司星八指

沙姑馬開洋
看北辰星十一
指平水
丁得把昔過洋
看北辰星七指
平水

北辰星十一指平水

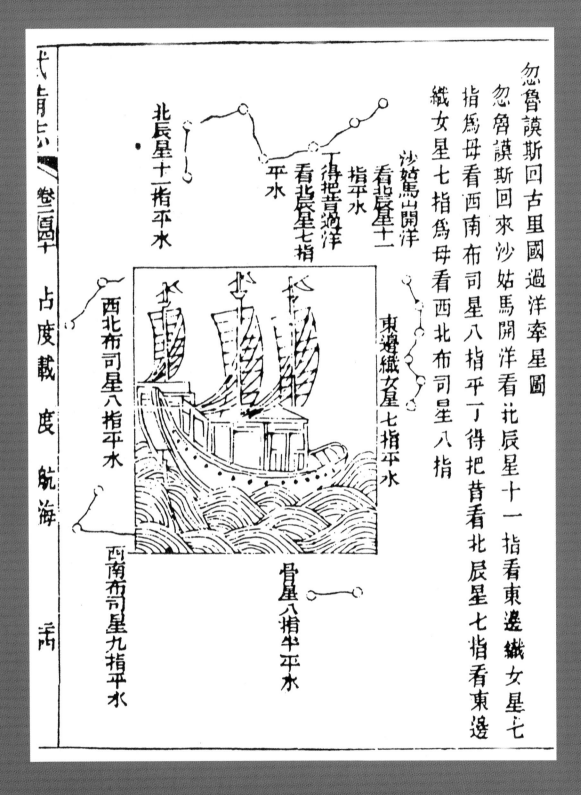

西北布司星八指平水

東邊織女星七指平水

骨星八指半平水

西南布司星九指平水

Bukhara
布哈剌

INDIA
印度

Hormuz
忽魯謨斯

Mecca
天方

Djofar
祖法兒

Aden
阿丹

Calicut
古里

Cochin
柯枝

AFRICA
非洲

Indian Ocean
印度洋

Mogadishu
木骨都束

Brava
不剌哇

Malindi
麻林

Sri
金

鄭和下西洋航線圖
The Map of Great Voyages of Zheng He